ககனம்
டோனி பிரஸ்லர்

தன்னறம் நூல்வெளி ⋈ குக்கூ காட்டுப்பள்ளி

ககனம்
டோனி பிரஸ்லர்
முதல் பதிப்பு : 2024

வடிவமைப்பு : கல்ஆல்

அட்டை வடிவமைப்பு : தியாகராஜன்

அட்டை ஓவியம் : பெனிட்டா பெர்ஷியாள்

உள்பக்க படம் : சரண் முத்து

வெளியீடு :
தன்னறம் நூல்வெளி, குக்கூ காட்டுப்பள்ளி,
புளியானூர் கிராமம், சிங்காரப்பேட்டை - 635 307
கிருஷ்ணகிரி மாவட்டம்
பேச : 9843870059
thannarame@gmail.com
www.thannaram.in

Kaganam
First Edition : 2024
Author ©

Published by :
Thannaram Publication
Address : Cuckoo forest school, Puliyanur Village,
Singarapettai-635 307
thannarame@gmail.com
www.thannaram.in

Printed at : Jothy Printers, Chennai-5

ISBN NO : 978-93-95560-78-8

Pages : 72 Price : INR 100

படையல்

கீழக்குயில்குடி, குடுமியான், ஜவ்வாது,
நார்த்தா மலைகளுக்கு ...

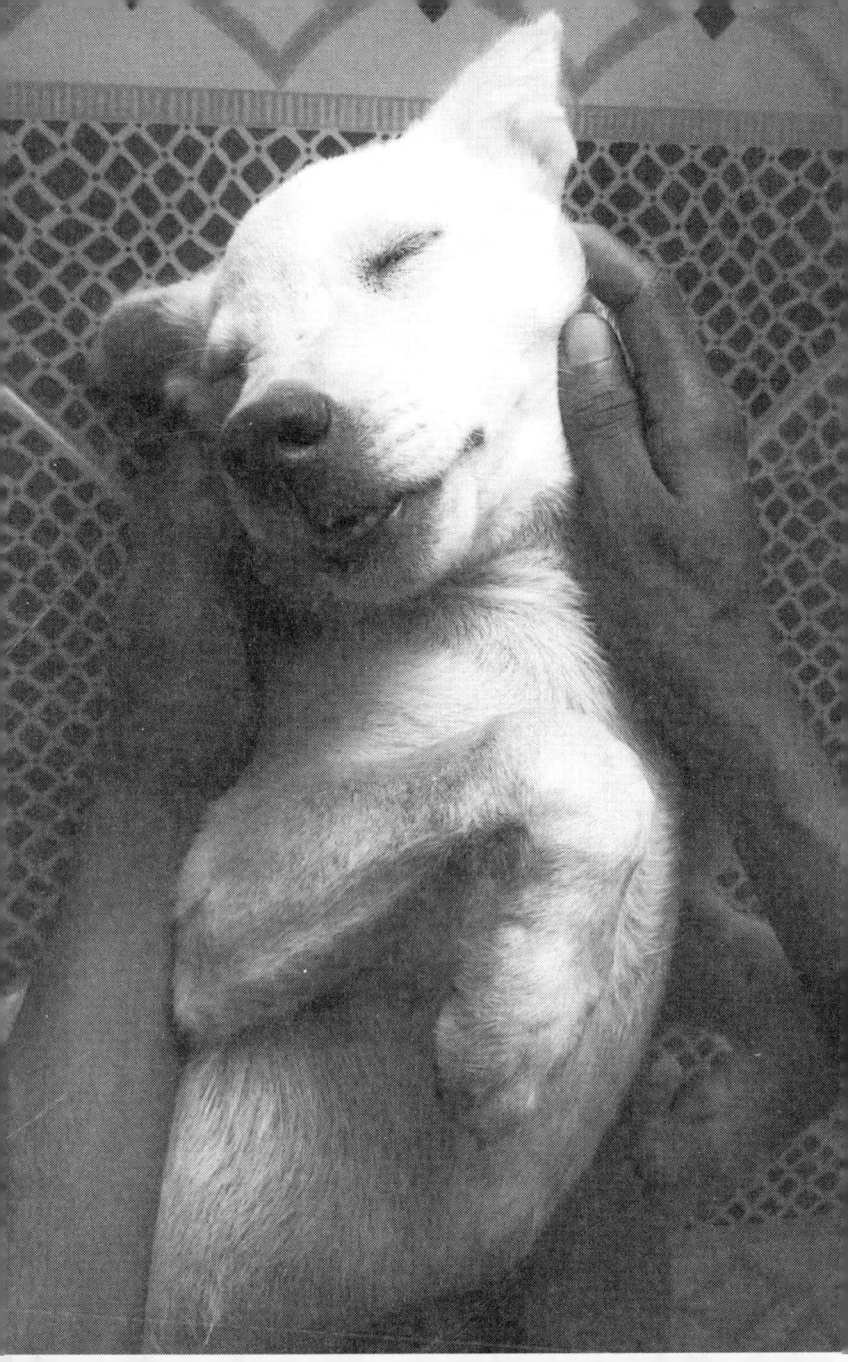

காலம் பாரித்த ஓர் உள்ளங்கை
பாலை நிலவன்

எந்தக் கைவிரல்கள்
மாயத்தின் சாயத்தைக்
குழைத்துக் கொண்டதோ
எந்தக் கனவுகள்
காலத்தின் பழுப்பில் மிதந்தலைந்ததோ
எந்த ஆன்மா
துயரத்தையும் ஆனந்தத்தையும்
மொழியின் ஒளி பிடித்து நகர்ந்ததோ
அந்த ஒன்றே
கவிதையாக எங்கோ நிகழ்கிறது

உள்ளும் புறமும்
வெளியெங்கும்
சதா நித்ய காலமும்
கவிதை நிகழ்ந்து
கொண்டே இருக்கிறது
அதன் மாயத் திரியில்
சில கணங்கள்
எதோ சில விரல்கள்
ஜோதியைக் கூட்டுகிறது
அந்தக் கைவிரல்கள்
யாருடையது
என்பதல்ல
அந்தக் கணம் நித்யத்திலிருந்தது
அதன்
ஸ்பரிசத்தை தொட்டு எழுதியவனுக்கும்
ஒரு பெயர் இருந்தது

ஆயினும்
அவன் தன் பெயரில் எழுதவில்லை
நித்ய கணத்திலமர்ந்து
கவிதையின்
தோலில் எழுதினான்
அக்கவிதை கணம்
உதிர்ந்ததிற்குப்பிறகு
அவன்
எழுந்து எங்கோ சென்று விட்டான்
நித்ய கணம்
எழுந்து சென்றவனை
பார்த்துக் கொண்டிருக்கிறது

அன்றாடத்தின் அலுப்பில்
லௌகீக யதார்த்ததின்
முன்
காண்பதற்கும் புலப்படாததிற்கும்
நடுவே
யாருடைய
கண் முன் கவிதை
சதா
தன் நித்ய
நாட்டியத்தை நிகழ்த்துகிறது

நாமறியாத காலத்திலிருந்த
குட்டி குட்டி நட்சத்திர
மண் துகள்களை
டோனி பிரெஸ்லர்
தேடிக்கண்டெடுத்து

உள்ளங்கையில்
சேர்ப்பித்திருக்கிறார்

கவிதையின் மாயம்
சில கணங்களில் மின்னுகிறது
அது மாயமும்
அபோதமும்மிக்கது

புதிர்க் கட்டம்

காரென்று பேர் படைத்தாய் ககனத்துறும் போது

காளமேகப் புலவர்

நாள் 12

ஒரு குகையில்
நானும் அவளும் ஒன்றாய்
வாழ அனுமதிக்கப்பட்டோம்
எனது பெயர் அவளுக்குப் புரியவில்லை
மறைந்து வாழும் இயல்பால்
உரசிச் சேர்கிற எங்கள் இரவைப் போல்
என் பகலிலும் பின்தொடர்ந்தாள்
தண்டனையை மகிழ்ச்சியோடு
ஏற்க வரும்
அவளை நான் விரட்டுவேன்
வெள்ளந்தியாக ஒட்டிக்கொள்ளும்
தள்ளிப்போகாத அவள் விருப்பம்
எந்தத் தாக்குதலும் தாங்கும் வலிமை
அவளுக்கு இரத்தத்திலே ஊறிப்போனது

நாள் 4

தெய்வம் தனித்திருக்கும் அந்தக் கோவிலில்
ஒரு இளநரையைக் கண்டுபிடித்தேன்
அந்த மயிரின் ஒளி மகத்தானது
கச்சிதமான அதுவொரு பரிசெனத் தோன்றுகிறது
எதுவும் செய்ய இயலாது
அம்மயிரும் இன்னதெனப் புரியாமல்
வீடு வந்து சேர்ந்தேன்
அன்றிரவு தூக்கம் வேறொன்றானது
நான் கனவுகளின் உள்ளே சென்றேன்
வீட்டின் மூலையில் ஒரு அறை
மயிர் பின்னிய பொம்மைகளால் நிறைந்திருந்தது
எல்லாமே சின்னஞ்சிறியதான கடவுள் பொம்மைகள்

நாள் 7

*என் வாயில் வைத்திருக்கும் புத்தகத்தைப்
பசிக்கும் போது ஒவ்வொரு பக்கமாகத்
தின்றுவிடுவேன்
சந்தியில் அமர்ந்து சிந்திக்கும்
என் வெட்டவெளிகளும்
மொத்தமாக விற்கப்பட்டன
கடைசிப் பக்கக் கதையில்
பஞ்சம் பிழைக்க வந்த மக்கள்
உள்ளே நுழைய மறுத்த ஊர்
சூனியத்தைத் தன்
மந்திரக்கனவாக ஏற்கிறது
உடனே உண்டேன்.*

நாள் 17

ஊரின் நடுவே ஒரு கடவுள்
கடவுளாவதைக் கற்று கொடுக்கிறார்
இன்னொரு கடவுள் வந்தார்
எதற்கு வந்தார் என்று அறிவதற்குள்
காணாமல் போனார்
புதிய புதிய கடவுள் பிறக்கக்
கதைகள் கனவுகள் காயங்களைத்
தின்ற என் உடல்
காலம் அறியாத
மாயத்தடமாகிப்போனது

நாள் 9

வெயில் வலுவிழந்து விட்டது
பகலெது இரவெது நானெது
இயங்கும் இருளில்லை
பூமியின் காலங்கள் முன்போலல்ல
வெப்பங்களை அனுப்புகிறது நிலவுக்கு
தேயாத பிறைகளில்
இன்னொரு பிறவியெடுக்கிறது
பிற பிரபஞ்சம்
பிறப்பது போலவும் அறிகுறிகள் தென்படுகிறது

நாள் 2

பிறக்கிறது
அதனதன் அசைவைப் போலில்லாமல்
அடுத்தடுத்த போர்களுக்கு தயாராகும் பூ
பூக்களின் யுக்திகள்
பூக்களுக்கு எதுவும் தேவையில்லை
மொட்டு பூவும் உதிர்வும்
பிறப்பு பிறப்பு பிறப்பு
அவை எல்லையற்றவை

நாள் 3

பாதையைத் தவற விடும் பறவைக்கு
உருவாகிறது வேறொரு தோற்றம்
வானத்தில் அதுவொரு முழுப்பிறையாக ஆகிறது

சிறகுகளின் வார்த்தையாகவும்
காற்றில் வீட்டைக் கொண்ட ஊராகவும்
அழிந்து போகாத காடுகளில்
புலப்படும் அப்பறவையின் வலசையில்

எல்லை தெய்வங்கள் உலவும்
உலகம் தோன்றுகிறது

நாள் 1

எனவே
தற்கொலை ஒரு நம்பிக்கை
நம்பிக்கை ஒரு தற்கொலை

நாள் 8

ஒவ்வொரு நாளுக்குப் பின்னும் முகத்தைக்
கழற்றுகிறேன்
மறுமுகத்தை மாற்றுகிறேன்
கடல் நோக்கிப் பயணிக்க விரும்புகிறேன்
இலைகளெங்கும் உரச
தொல்நினைவுகள் வரும் சாயுங்காலத்தில்
மரங்களோடு சேர்ந்து
என் விரல்களும் நெருப்பாய்
எரியும் படி விரிய விரும்புகின்றன
மறைவுக்குச் செல்கிறேன்
முகமூடிக்கு மேல் முகமூடியும் மாற்றுகிறேன்
மரத்தின் கிளைகளிடையே
காற்றோடு காற்றாக மௌனமாகிறேன்
அப்போது பாறையெழ
அந்தப் பாடலைக்
காற்று பாடுகிறது.

நாள் 14 ஒளி தோன்றிற்று

ஒளி ஒன்றை உருவாக்க ஆசைப்படுகிறேன்
சாத்தியமில்லையெனத் தெரிந்தும்
அப்பயணத்தை ஏற்கனவே தொடங்கிவிட்டேன்
ஒளியின் ஒளியெழும் கங்குகளைக்
காணும் பழக்கமும் வந்துவிடுகிறது
ஒரு நாள் விடியும்
ஒவ்வொரு இரவுக்குப் பின்னும்
ஒவ்வொரு முறை மாறும் கடலலை போல
ஒளியைத் தேடிய எல்லைகளுக்கு ஓடுகிறேன்
வீட்டின் நடுவே ஊரின் நடுவே இருளின் நடுவே
அதே நாளுக்குள் காண்கிறேன்
இன்னொருவனை
என்னைப் போல் அச்சத்திற்குரியவனை
அவசரத்திற்குரியவனை,
தொடரும் என்னைப் பற்றிய ஜாக்கிரதையாகவும்,
நான் அவ்வாறு ஆகிடக் கூடாது என்பதற்காகவும்
செல்லாத தீவைப் பற்றிக் கனவு காண்பவன் ஆனேன்.

நாள் 13

யாருக்காவது தெரியுமா
எருமை எங்கிருந்து வருகிறது?
என் கனவில்
நான் வெறும் எருமையான பிறகு
மனித வாடையே இல்லாத காட்டில்
வாழ்கிறேன்.
என் சிறு பிராயத்தில் இருக்கிறேன்
தீனி வரும் வேளை வரை
இப்படியே இருப்பது
எனக்குச் சரியெனப்படுகிறது
என் விருப்பப்படியே காலம் நடக்கிறது
நடக்காவிட்டாலும் சரியெனப்படுகிறது

நாள் 21

அழுவதற்கான பாலம் ரகசியமானது
எனக்கு மட்டுமேயானது
மகிழ்ச்சியின் உடல் இல்லாத இடத்தில்
உயிர் உள்ள சத்தமது
இது வெளிப்படை

நாள் 15

அவர் கைகள் வேலை செய்கின்றன
மரங்களுக்குப் பக்கத்திலே வசிக்க வீடும் கட்டுகிறார்
துணையாகப் பூச்சிகளும் சேர்ந்து உழைக்க
மினிமின் உள்ளம் கொண்ட மரமாகும் மனமரம்
குருவிகளின் வாத்தியங்கள் இசைக்கப்படும் விடியலில்
தினமும்
எழுவார் விதைப்பார்!!!
நீங்களும் நிறைய மண் அள்ளிச்
செடியோடு அடக்க வைத்து வேர் நுழைக்க
மண்ணை மரங்களுக்காகவே பதப்படுத்துங்கள்
அவர் வருவார்
துணையாகக் காற்று மண்ணை அசைக்கும்
நீரை நோக்கிப் பரவும் வேர் அங்கே இணையும்
அங்கேயும்
இன்னொரு மரம் பிறக்கிறது
இன்னொரு மரம் இருக்கிறது
எங்கேயும் மரம் இருந்துகொண்டே யிருக்கிறது

நாள் 5

நதி வழியில் கிடக்கிறது ஒரு கல்
மலை மீது அமர்ந்திருக்கும் கல்
வேறு வேறு ஒப்பனையில்
குறுகிய சாலையில் நடந்து நடந்து
சுற்று வழியில்
அது வீட்டில் கிணற்றில் தெரியும்
அரிசியின் கல்லாக உப்புக்கல்
கூழாங்கல் ஒளிக்கல்லாகவும்
எங்கேயும் எப்போதும் இருப்பார் கல்
அவர் உங்களைக் கவனித்துக் கொண்டே இருக்கிறார்

நாள் 19

ஏதோ நடந்துவிட்டது
இறந்து மூன்று நாளான குட்டி நாயோ
பூனையோ
வாசலில் கிடக்கிறது
யாரோ அதிகாலையில்
வீட்டுக்கு முன்
விட்டெறிந்து விட்டுப் போய்விட்டார்
நீங்கள் ஏற்கனவே ஏழு நாய்களை
இவ்வாறு தூக்கிச் சென்று புதைத்திருக்கிறீர்கள்
இந்த முறையும் உங்களால்
அந்நாயை உடல் உடையாமல் தூக்க முடியுமா
அதுவொரு தெரு நாய்
ஆகவே புதைக்க முடியுமா

நாள் 10

*நாம் குட்டி குட்டியான நட்சத்திரங்களின் மண்
ஒத்தையடி பாதைகளிலும்
ஏதும் செய்யாத பூச்சிகளானோம்
பூச்சிகளைச் சுற்றி வருகின்றன
நாயும் பூனையும்
அவ்வூதாரிகளாலே உயிரோடிருக்கிறது உலகம்.*

நாள் 6

காணாமல் போன பூனையென
நினைவில் விட்டுவிடுகிறோம்
கண்களை
அந்திக்குப் பிறகு
எப்போதும்
இருப்பதெல்லாம்
நட்சத்திர வெளிச்சம்
வெப்பத்தின் சுட்டு விரலைப் பிடித்துக்கொள்ள
அருகே பூனை அங்கே வானத்தை நோக்கிப் போகிறது
உண்மையும் பொய்யும் கண்களை மெல்ல
மென்று விழுங்குகின்றன.

நாள் 12

நான் எனது கிராமத்திற்குத் திரும்ப விரும்புகிறேன்
சீரற்ற மணற்கோபுரமாயினும்
கோணலானவையாகத் தோன்றும்
எனது வீடுகளை
யாரும் கிண்டலடிக்க மாட்டார்கள்
ஏமாற்றுபவர்கள் எனக்குத் தெரியாத மாதிரி
ஏமாற்றுவார்கள்
இழந்தாலும் தோல்வியெனத் தெரியாத சறுக்கல்களை
எனக்குத் தெரியாமல் பார்த்துக்கொள்வார்கள்
கொஞ்சம் கூடக் குழப்பமடையாத
என் மனம் கடவுளைத் தொழுது
தினம் நன்றி சொல்லும்
எல்லாமே நல்லபடியாக நடப்பதா யிருக்கும்
இவ்வுலகத் தீமையின் நன்மையை எண்ணி எண்ணி
மகிழ்ந்தே அழிந்திருப்பேன்
அன்பே உருவான ஒரு பெண்ணைப்
பற்றிய கற்பனை தோன்றியிருக்காது.

நாள் 18

நீ இருக்கிறாய்
நானும் இருக்கிறேன்
நாம் இருக்கிறோம்
காலம் ஒரு குழந்தையாகி அருகில் வரும்
தயங்கினாலும் பின்னாலே சென்றாலும்
நம்மைப் போலச் செய்யுமது
வீழ்ந்த மரத்தின் துளிரை அசைத்து
நம்மை தாம் தாங்கிக் கொள்ளலாம்
புரிந்தது புரியாதது என்றாலும்
ஒரு நாள் நினைத்தது எல்லாம் நடக்கும்
வெயில் போலக் குளிர் வரும்
மொழியிருக்கும் வழியிருக்கும் அழியாது.

நாள் 20

ஒரு மழை வந்தால் போதும்
உள்ளே உறங்கும் பூச்சியெல்லாம் மேலே வரும்
தனியாக நிற்கும் மரத்தில்
வெப்பத்திற்காக அட்டைப்பூச்சிகள்
வளர்வதைப் பார்க்க முடிந்தது
எது எந்த காலத்தில் நடக்கும்
என்பது குறித்து நம்பிக்கையில்லாதவனின் வலக்கை
அகாலத்தில் தள்ளாடுகிறது
அதனால் எங்கேயும்
இன்னும் எங்கேயுமே செல்ல முடியாது.

நாள் 11

தக்கையாக மிதந்துவரும்
ஒரு நிழல்

கிளை தங்காத பறவை

விடுபட்ட தனி பிரேமையை கொத்தி வரச்
சமயம் வரை காத்திருக்காது

அலையும் அங்கும் இங்கும்
எதுவும் பார்த்து

பூமத்திய ரேகை

கடல் உலகை அளவு செய வளரும் முகில் என
அகில ககன முகடு உற நிமிரும் முழு நீலக்
கலப ககம் மயில் கடவி.

அருணகிரிநாதர்

தோற்கும் கலை

என் உடலுள்ளே வாழ்கிறது ஒரு பாம்பு
புரளும் ஊறும் அதன் இயல்பை
என்னால் திருத்த முடியாது
விஷம் அதன் பல்லில் மட்டும் இருப்பது எவ்வளவு
நன்மையோ அவ்வளவுக்கும் தீமை
இருபத்தொரு வருடம் முழுதும் வளர்ந்ததாக ஆனதுமே
நான் பேசுவது அவளுக்குப் புரிந்தது
நன்றாகப் பழகிய புரிதலுக்குப் பின்னே
சுருண்டு படுத்துக்கொள்ள
வயிற்றிலும் ஒரு பையும் வந்திருந்தது
அலையும் தப்பிக்கும் அதன் இயல்புகள்
பலர் மனநோய்களைக் குணமாக்குவதும்
யாரேனும் கிண்டலடித்தால் குசும்பாகத்
தொப்பையைக் குலுக்கிக் காட்டுவதும்
குழந்தைகளுக்கோ அது விளையாடும் வயிறு ஆனது
சில நேரம் பாம்பின் மனம் பழகாமல் நான் வளர்ந்த
வலியின் ஞாபகம் வரும் போகும்
எனது பிசகு எல்லாவற்றையும்
மறைப்பதற்கு ஏற்ற நிலம் கவிதை என்பது
பாம்பை அங்கே மறைத்தும் வைப்பது
என் நண்பனுக்கும் இது தெரியும்
நான் வயிற்றைத் தடவுவேன் வேறொரு பிரம்மைக்குள்
போவேன்
ஒரு அடி வைப்பான்
வயிறெங்கும் சுளீர் என்றேறும்
சுருளும் வாலால்
ஞாபகம் வரும் என் பாழடைந்த வீடு

வாக்குமூலம்

வெயிலை மறந்த மதிய நேரம்
ஒரு கையில் அம்மா இன்னொரு கையைக் கூப்பி
அவள் முன் முட்டி போடச் சொல்லி
என் கைகூப்பி மேலே அவள் கூப்பிய கையால் மூடினாள்
பீடத்தைப் பார்க்கக் காட்டுகிறாள்
'அது எதற்கு அம்மா'
எதிரொலித்தது தேவாலயம்
'நீ உண்மையை விரும்ப வேண்டும், அழுகையில் மகிழ்ச்சி
காண வேண்டும், பொய் பேசுகிற ஆளாக இருக்கக்கூடாது,
சத்தியம் பண்ணு'
'ம்ம்...' எனக்கு புரியவில்லை.

பழைய ஆன்மா

எந்தப் பக்கம் விதைச்சாலும்
எம்மக விதைச்சா தான் விளையும் பேச்சுண்டு
கட்டிக்கொடுத்துப் போனவ
விதைக்கும் போது கூப்பிடுங்க சொன்னா
ஆனா ஆளனுப்பி இழுத்தாத் தான் வருவா
நடந்து நடந்து வளர்த்தா வயலு
படிக்கும் மேலே அளந்து தருவோம்
முப்பத்தஞ்சு விளைச்சலுக்கு
இருபது மூட்டை கூலி கொடுத்தோம்
அவ மனசும் உன் மனசும் வேறில்ல தாயி
ஒண்ணுக்கு ஒண்ணா ஆதரவா நடந்தாத் தானே
பூமியும் காடும் விளையும்.

தோற்றுக்கொண்டேயிருக்கும் சிறுவன்

தோற்றுக் கொண்டேயிருக்கும் சிறுவன்
கவிதைகளை எழுதுகிறான்
உருவாகும் பாதைகளால்
அவன் தாக்குப்பிடிப்பானென நம்புகிறான்
சிலர் சொற்களைக் கொண்டு மலையை வளைக்கப்
பார்ப்பதும்
குற்றத்தின் மொழியைக் கண்டுபிடித்துக்
காலத்தையே மாற்ற முடியும் எனக் கனவு காணுகின்றனர்
அவரவருக்கு ஏற்றாற்போல்
சிலர் காலத்தையே உருமாற்றுமெனக் கண்டு
கொண்டாடுகிறார்கள்
... கவிதைக்கு அது வேலையா என்ன...
எனக்கும் தெரியாது
... கனவே
அதுவே ... அதுவே
அவனது முதல் முழுச் சொத்து

உள்வாங்கும் கடலின் அலைச்சல் கொண்ட
பொருத்தமாகாத குரலாகத் தோன்றும் அவனகம்
கவிதையிடம் சரணடைபவர்களைத் தற்கொலைக்குள்
அனுப்பும்
மறுபக்கம் பல்முனை முயற்சியையும்
துவங்கி இருக்கிறான் இன்னொரு சிறுவன்
புதிதாக எழுந்து வருபவன் 'நீ தோற்க வேண்டிய ஆள்'
என்று பெரிய சிறுவனை நோக்கிச் சொல்கிறான்

எப்போதும் மொழியின் மக்களை ஒன்றுசேர்க்கத்
திசைக்கு ஒருவனைப் புறப்பட்டு வரச்சொல்லுகிற கவிதை
மேலும் கவிதைகளில் குடியேறும் சிலரைக் கைவிடுகிறது
கவிதையையும் முன் முந்தி, பலம் கொண்ட பலர்
கவிதையைக் கைவிடுகிறார்கள்

கனவின் விதியையே எழுதித்தேயும்
இம்மொழி வெளியின் பழக்கம்
கூர்மை அடைவதாய் நினைத்துக் கொண்டிருக்கிறது.

தோற்றுக்கொண்டேயிருக்கும் சிறுவன் 2

நான் எதையெல்லாம் நம்புகிறேனோ
அதை நீ சந்தேகிக்கிறாய்
நீ எதையெல்லாம் நம்புகிறாயோ
அதை நான் சந்தேகிக்கிறேன்
நாம் நண்பர்களாய் இருந்த போதும் சரி
எதிரிகளாக இருந்த போதும் சரி
நமது பிரதேசத்தில்
யார் யாருக்குக் கனவுண்டு என்பதை
நாம் காண்கிறோம்
நான் கைகளைக் கழுவினாலும்
நீ காரியத்திலிருந்து நழுவினாலும்
எனக்கும் பொறுப்பு நான் தான்
உனக்கும் பொறுப்பு நான் தான்

'நீர் ஆழத்தில் நடக்கிறாய் நீ
அதனால் உன்னோடு வாழ மாட்டேன்'
என்று சொன்ன பாதைகளில் செல்லும், சேரும்
கால நாடகத்தின் நடிகையிடம்
நான் வளர்க்கும் சொற்கள் சுழலும்
அவளுக்கு நான் இன்னொரு சுற்று வட்டம்
இனி

வரம்

உனக்கென்று எழுதப்படும்
ஒவ்வொரு மிட்டாயிலும்
நேற்றின் மீன் நீந்தும் இன்று

விண்மீன் கல்

நான் காணாமல் போகும் நாள்
யாரும் காணாமல் போகாத நாளாய் இருக்கும்
கவலையின் தேவை வேண்டப்படாத காலமாக இருக்கும்
பகிர்ந்து கொள்ள முடியாமல் அழியும் தாகம் இருக்காது
அன்பெனும் வார்த்தையை மொழி விழுங்கியிருக்கும்
சொர்க்கமெனப் பெயரிடப்படாத சில்லுகளைச்
சேர்க்கும் வேலையும் ஒழிந்து போயிருக்கும்
இன்றைப் போல் நேற்றைப் போல்
சரிசெய்து கொள்ளச் சரிவர வளராத
வார்த்தைகளை நிறங்களை வடிவங்களைச்
சோதிக்க வருபவர்களுக்காகக் காத்திருக்கமாட்டேன்
மழையும் வெயிலும் கவனிக்கும்
நோக்கமும் மறக்கும்
அதற்காகவே நான் ஆயிரம் ஒளி ஆண்டுகளைத் தாண்டி
வாழ்ந்து கொண்டிருக்கிறேன்

நாள் 31.12.2021; நேரம் 23:58

இந்த இரவில்
நான்கு குட்டிகள் கட்டிப்பிடித்து உறங்குகின்றன
பெருச்சாளி இன்னொரு வீட்டிற்குச் செல்கிறது
அல்லி பூக்கும்
பாம்பு சாகும்
நட்சத்திரம் பார்க்கும் கட்டிடத்தின்
கடைசி வெளிச்சமும் உடைய
கடவுளைக் கூப்பிடுகிறேன்
யாருமில்லை வருகிறாயா

அப்போதும், அது ஒரு மாலை நேரம்

அது கீத்து வீட்டு வாசல்
தெரு போலொரு தெரு
கழிவு நீர் தேங்கும் ஓர வடி வாய்க்காலில்லை
கொசு சுற்றும் அந்நீர்த் தேக்கம்
அது பாழிலிருப்பதல்ல
நாய்கள்
தாகம் தீர்க்கும்
வாலாட்டுதல் தொடங்கிவிடும்
புரண்டு எழும் குட்டிகள்
உயிர்
உடலெங்கும் வரும்
வானமும் நட்சத்திரமும்.

மருந்தின் நோய்

எனக்குத் தெரியும்
எந்தத் தேசத்தைச் சேர்ந்தவரை விடவும்
நாம் அதிகமாக ஏமாற்றப்படுகிறோம்
விலைவாசி உடை
கற்பனைகள் காதலில்
ஒரு முறை கூட உண்மையான ருசியறியாத பிள்ளைகளாக
நம் குழந்தைகள் வளர்கின்றன
தீராத பிணி கொண்ட உடலைச்
சுமந்தலையும் பல தலைகள்
மாத்திரைக்கு ஒரு பக்கம் மனத்துக்கு ஒரு பக்கம்
பிரித்து கொள்ளச் சொன்னால்
அப்படியே செய்கிறது
எவ்வளவு இழந்தாலும்
அடுத்த நாளைப் பழைய
வேகத்தோடு தொடங்கவும் கைகள்
விரும்புகின்றன
பின்னர் நாம் மறக்காமல்
சொல்லிக்கொள்கிறோம்
'நாடு உனக்கு என்ன செய்ததெனக் கேட்காதே,
நாட்டுக்கு நீயென்ன செய்தாய் எனச்சொல்'
மறந்தும் கூட விசுவாசம் விட்டுப்போகாமல் நாம் வளர்த்த
வால்கள் தான் மிக நீளமாகிவிட்டதென
வெட்டுபவர் யாரேனும் கண்ணில் பட்டால் அவர்
உருவம் அழியும் வரை
கரைத்து அவரை அழித்துவிடுவோம்
நாமோ போர் நிகழாத தேசம்
நாம் தொடங்காத போர் இன்னும் முடியவே இல்லை.

வாக்குமூலம் 2

பறவையின் கூட்டிலிருந்தது என் இதயம். கலையாமல் கட்டப்பட்ட சுள்ளிகள் உரசி, உருவானது எங்கிருந்தோ ஒரு நெருப்பு, படப்படப் பற்றி எரியும் கூட்டில், கருகிய வாசனை வெளியேற நிண வாடையில் நண்பர்கள் விலகி ஓடினர். என் இதயம், நிலவின், பறவையின் உருவம். நீங்கள் சந்திக்காத நான் எப்போதும் ஓர் இனிமையின் பயணம்.

டிசம்பர் 26

கைகளைக் கைகளுக்குள் பிணைத்துக் கால்களுக்கு இடையே
நொடக்கிய படி
படுக்கையிலிருந்து எழாமல் புரள்கிறது உன்னுடல்
மசக்கையில் மிதக்கும் உடல் மீது
உள்ளங்கையை மிருதுவாக வைக்கிறது அவஸ்தை
உச்சிப் பகலுக்குப் பிறகு
நிலத்தடியின் இருள் தீராத வேர்களும்
மேலே எழுந்து வருவது போல
உனக்காக நான் எழுதுகிறேன்
'சூரியனுக்கும் இருந்தது ஒரு குழந்தைப் பருவம்'

டைரிப் பருவம்

கொஞ்சம் கொஞ்சமாகப் பாழாகும்
நான் எழுதிய வாக்கியங்களைச்
சத்தமாக வாசித்துக் காட்ட முடியாது
எழுதியது நடந்துவிடலாம்
என் வழி மாறலாம்
நாட்கள் போகப்போக
நான் பேசுவதற்குக் காரணம் ஏதேனும்
தேவைப்படாத வரை
ஒவ்வொரு நாளும் விடிகிறது
அழிக்கிறேன் அழிக்கிறேன் புதுப்பிக்கிறேன் அழிக்கிறேன்
நம்பிக்கையின் புதிரான வாக்கியம்.

என் இருப்பிடம்

1. நான் நானல்ல.

2. என்னுடைய தனிமையின் தனிமையைக் கண்டு நான் அஞ்சக் கூடாது.

3. இதில் புரிந்துகொள்ள எதுவுமில்லை.

4. பொய்களின் மீது பரிவு ஏற்படுகிறது, ஏனெனில் அவை உண்மையே பேசுகின்றன

5. நான் உதிர்ந்த பூவில் பறவையின் கால்பட்டு காற்றில் பாடியபடி பாறையிடம் இன்னொரு பூவை விட்டுச் செல்லும் சாட்சி

6. நாம் சந்திக்காமலே விடைபெறுகிறோம்

7. நமக்கு சாயுங்காலமே இனி விடியும் நாள்.

மின்மினி

என் சொற்களிலும் வாழ்வில்லையென்பது உண்மைதான்.
இருளில் இல்லாத எதுவும் ஒளி இல்லையே..

அந்தர மடம்

நீர் யாம் உணர்கூடி ஊசியேற்றும் நகல் ஏது ரோகம் ஜனிக்கும் மரத்தின் பொருள் யார் மெய்வருடும் உயிருடலின் அனர்த்தம் என்றே பொய்யென எரிந்து பெய்யென அணையா அருவியே அழில் சாயவெளி பர்வம் சிறகசைய உடல் போலும் உயிர் தேக்கிக் கூடும் காற்றெங்கும் பூக்கும் வெயில் இழையாக் கங்குகளின் ஏகாந்தக் காடு

கொக்கு

மனோ மடிக்கும் காகிதக் கொக்குகளை
பிரார்த்தனைக்கு
பறப்பதற்கெனப் பிரிக்கிறான்
பிறக்கும் போதேப் பிரார்த்திக்கும்
ஒரு பறவையைக் கற்பனை உருவாக்காது
அவனது விரலுக்குத் துணை தேவைப்பட்டிருக்கலாம்
காகிதமும் தனிமையை விரும்பும் ஆளாக இருக்கலாம்
ஒரு புத்தகத்தைப் போன்ற கலையாத மடிப்புகளில்லா
ஏதோ ஒரு காகிதத்தை எடுங்கள்
கையில் பிடித்துப் பாருங்கள்
காத்திருங்கள்
காற்றில் அசையும் காகிதம் பறக்கும்
பறக்கும்
பிறக்கும் பிறகு
பறப்பது எல்லாம் கொக்கு தான்.

வேர்ப்பற்று

எங்கோ தூரத்தில் எனக்கு முன் ஒருவன் பிறக்கிறான்
இன்னொரு தூரத்தில் எனக்குப் பின் ஒருவன்
இறக்கிறான்
இதற்கிடையில்
தூரங்களை நோக்கி
அந்தியைப் போன்ற அந்தியை நோக்கி
வேலியைப் போல
அதே போன்று தினந்தோறும் மாறும்
துன்பமாகவே இருக்கிறேன்
நான் கண்மூடித்தனமாக நம்புகிறேன்
நம்புகிறது
நம்பிக்கை அளிக்கிறது துயரம்.

கர்ப்பக்கிரகம்

முன்னொரு காலத்தில் நிகழ்ந்தது
ஒரு அற்புதம்
அன்றே
அடியாழத்தில் அது ஒரு துளிர் விட்டது
பிறகு மரமானது
இப்போதும்
ஒற்றை மரமாகிய
அதுவே பூமியைத் தாங்கிக் கொண்டிருக்கிறது.

கடல்மலை

ஆழம் என்பது உருவாக்குவது
ஆழம் என்பது உருவாவது
ஆழம் உயரத்திலிருந்து வரும் கீறல்
ஆழமானது ஓயாத ஓட்டத்தின் அயர்ச்சி
ஆழம் மகிழ்ச்சியில் மிதக்கும் சாவு
ஆழம் விரிந்து பரவுகிற விரிசல்
ஆழமாகக் கிளை விட்டுப் பரவுகிறது அழுக்கு
அது இறகாகிக் கையசைக்கிறது
சூரியனைத் தொட்டுப்பார்க்கிறது
நேற்றே பிறந்த குழந்தையாக அழுகிறது.

மனானமா

ஒவ்வொரு நட்சத்திரமாகக்
கழன்று விழுந்தது
வானத்திலிருந்து
கண்ணில் படுகிற பழுதையெல்லாம்
சரி செய்ய இயலாமல்
கவனிக்க மட்டுமே அனுமதிக்கப்பட்டது
போல் ஒரு வட்டத்தில்
வந்த வழியிலே திரும்பி
மெல்லச் சென்று வருவதாக யிருக்கிறது
பிழைப்பு
அவ்வாறே இருக்கலாம்
நிஜமாகவே அவ்வாறு
இருக்கலாம்
நானோ நம்பமாட்டேன்.

அருட்பெருஞ்சோதி

நெருப்பை அணைக்க முடியுமென
நம்புகிறது காற்று
தலைகீழாக நெருப்பை
உள்வாங்கி அணைக்கப் பார்க்கிறது
சேர்ந்து எரிகிறது தூசியுடைய காற்று
அனலுக்குக் குளிரோ
குளிருக்கே அனலோ
தூசியின் பிள்ளைகள் நாம்
யாருமே உறங்குவதில்லை
அதனால் தீயின் கொழுந்துகளாகவும்
மாறுகிறோம்
அணையாத் திரியின் நிழலாக
நாம் ஆகும் வரை
நம் நிழல்கள்
உண்மையின் அழிவை நம்புவது இல்லை.

கடஃவுள்

தன்னால் ஒரு கவிதையைக் கூட எழுதவியலாத ஒருவன்
கவிஞனென்று தன்னை அழைத்து கொள்வது
அன்பானது
இது வாழையடி வாழையாக வருவது
என்னைப் பிடிக்காது பத்து பேர் இருப்பது போல்
என்னை பிடிக்கும் பத்து பேர் இருப்பர்
எப்போதும் என்னைப் பற்றியே பேசுவதால்
தன்புணர் மிருகமென
நண்பர்கள் நினைக்க வேண்டாம்
தான் தான் என்று அழைத்து கொண்டு திரியும் என் நான்
யாரும் இல்லாவிட்டாலும்
அன்பின் விகிதங்களைக் குறைத்துக்
கொள்வதில்லை
அதை நானும் விடுவதாயில்லை
உண்மையாகவே
அன்றிலிருந்தே ஊரிலிருந்து வெளியேறினேன்
அன்றிலிருந்தே ஊரைப் பழித்தேன்
மலை உச்சியில் ஏறி
நிசப்தம் சூழ
எனக்கு யாருமில்லையெனச் சொன்ன
சொல்லிலிருந்தே இம்மழை விடாமல் பெய்து வருகிறது
மேகங்கள் எனக்கு நன்றி சொல்ல வேண்டும்
நான் எனக்கு நன்றி சொல்ல வேண்டும்
நான் என்பதும் நீங்களே தாம்
ஆகவே.

பெருஞ்சுனை

கனிவின் நரம்பை வருடும்
இறகொன்று கையில் இருந்தும்
உணர முடியாத பறவையாக உள்ளங்கை
மினுங்குவதைக் குழி விழுந்த கன்னத்தில்
தொடும் பிரியாத விரலே
ஈயென விரியாத விழியால் மாயங்கள்
வானமாகும் கதையில் உன்னோடு
என்னையும் சேர்த்துக்கொள்.

கடைசி ரயில்

பறவைகளுக்கு
ஆகும் காயமெல்லாம் ஞானம்
ஆகாத கனவெல்லாம் இன்மை
எறும்புக்கும் அதே நமக்கும் அதே
இன்று கடைசி ரயில் வருகிறது
ஊரை விட்டு நாம் கிளம்ப வேண்டும்
யாராயினும் விட்டுவிட்டு.

பூஜ்யம்

எல்லாருக்கும் ஒரு வாழ்வு இருக்கிறது

இல்லாதது போல்
வழி தெரிகிறது
எல்லாம் மறந்து போனாலும்
தோன்றுகிறது பாதை
பாதையில் நடக்கிறேன்
உள்ளே காயம்
காயத்தை நினைக்கிறேன்
உள்ளே பாதை

சாயலோடு சாயலாகிப்
போலச்செய்வது
என் வாழ்க்கை
எதுவெனத் தெரியாவிட்டாலும்
வாழ்க்கையின் விளக்கம்
ஏதோ இருப்பதாகத்
தோன்றுவது இயற்கை

நான் பழைய பாதைக்கே
திரும்புவேன்
அதன் நிழலில்
இது போதுமென்ற
எல்லைக்கு வரும் மனம்
ஒரு நிமிடம்

*விடுவிப்பு அதே ஒரு நிமிடம்
மகிழ்ச்சி ஒரு தூசியைப்
போல் எங்கேயும் தெரியும்
அதே நிமிடம்
சவாலின் சிக்கல்கள்
தீர்ந்துவிட்ட பின்பு
சுற்றிக் கொண்டேயிருக்கிறது
நூற்றாண்டு
சிக்கலை சீக்கிரம்
தப்பிக்கிற ஒருவன்
சிக்கலின் அடுத்த கட்டத்திற்கு
நகர்கிறான்
சுற்றிக் கொண்டேயிருக்கிறது நூற்றாண்டு.*

ககனம்

பாரபட்சம் பார்க்காமல் காணும்
எப்பெயரால் ஆனாலும்
யாராயினும்
கண்ணீர் எல்லோருக்கும் பொதுவாயிருக்கிறது
இப்பூமியெங்கும் கண்ணீர்த் துளி
உலராமல் தேங்கி நிற்கிறது
நீர்ப் பிடிப்பு நீர் சேரும் வழியின்றி இருக்கிறது
துளித் துளியாலான பாதைகள் சேர்த்துக்
கடலோடு விட வேண்டும்
உருக உருவாகும் நீர் கடல் சேர வேண்டும்
நிரம்பிக்கொண்டேயிருக்கும் நீரால்
காண்பவர் அமைதியடையவார்
அதனால் நான் எப்படியாவது கண்ணீரைக்
கடலில் சேர்த்துவிடுவேன்

சூரியனுக்குக் கீழ் மேகமாவதே
என் பாத்திரம்

மனமே,
நான் வானமாகுவதாக

கடைசி வார்த்தை

எதை வேண்டுமானாலும் செய்துவிடலாம் என்ற
தைரியத்தில் எல்லாமே நடக்கிறது
எதுவும் உருவாக்கும் காலத்திற்குத்
திட்டங்கள் இருந்தாலும்
நிகழுமா என்று தயங்க வைக்கிறது என் சந்தேகம்
என்னுள்ளே உழலும் கனவைத் தொடுவதற்கு
ஒரு பாதையில் செல்ல தயாராகிறேன்
அது வல்லமை நிறைந்த பள்ளத்தாக்குக்கும் உச்சிக்கும்
இடையே நின்று நான் செல்வது எந்தப் பக்கமென
கேட்கிறது
செல்லும் பக்கத்தின் சரி தவறுகள்
எது எதுவெனத் தெரிவதற்குள்
முற்றுப் பெற்றுவிடுகிறது ஒரு கனவின் முழுநாள்
சரிசெய்யத் தெரியாத தெளிவடையாத குழப்பத்தில்
என் கனவுகள்
சிறு சிறு துளிரெனத்
துடித்து மீண்டும் மீள என்னையே வந்தடையும்
அதுவரை அந்தத் தவிப்பின் தருணமே
என் பாதை
என்னைக் கைப்பற்றும் வெளி
அங்கே மறுபடியும் வானம் விரியும்
காணும் முகமெல்லாம் தென்படுவது
உண்மை அல்லது கவிதை.

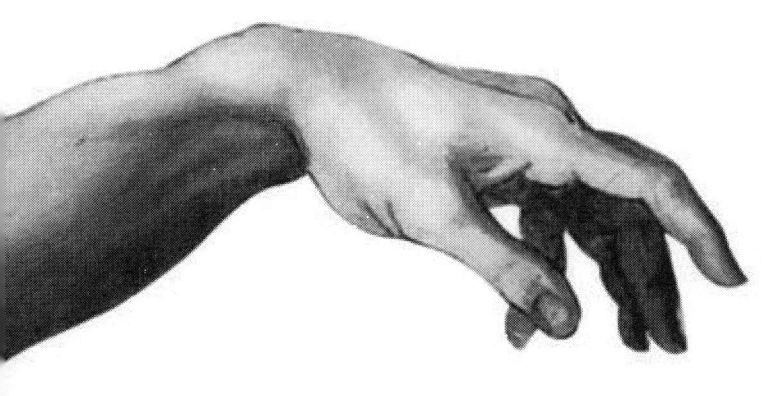

டோனியும் நானும் நண்பர்கள்
அவ்வளவுதான்
டோனி பெண் அல்ல
அதை எனக்கு நிச்சயமாகச் சொல்லமுடியும்
டோனி ஒரு வளர்ப்புப் பிராணியாகவும்
இருக்கலாம்
அதைப்பற்றி உங்களுக்கு என்ன கவலை?
டோனி எனக்கு நண்பன் அவ்வளவுதான்
டோனி எங்கிருந்து வருகிறான் என்றெனக்குத் தெரியும்
நடுநிசியில் ஏகாந்தமாய் நெடுஞ்சாலையைப்
பாய்ந்து கடக்கும்
குதிரைக்குட்டியைப் போன்றவன் டோனி
டோனி
எங்கேயும்
நகரஇயலாமல் ஆக்கும்
கோப்புகள் நிறைந்த அலுவலகத்திலிருந்து வருவதில்லை.
அருங்காட்சியகத்திலிருந்து
வருபவனும் அல்ல
ஒரு புத்தாண்டொன்றின் இரவில் டோனியை முதல்முறையாக
ஒரு புல்வெளியில்...
இதற்கு மேல் உங்களுக்கு சொல்வதற்கு விருப்பமில்லை
டோனியும் நானும் நண்பர்கள் அவ்வளவுதான்.

ஷங்கர்ராமசுப்ரமணியன்
காகங்கள் வந்த வெயில்.

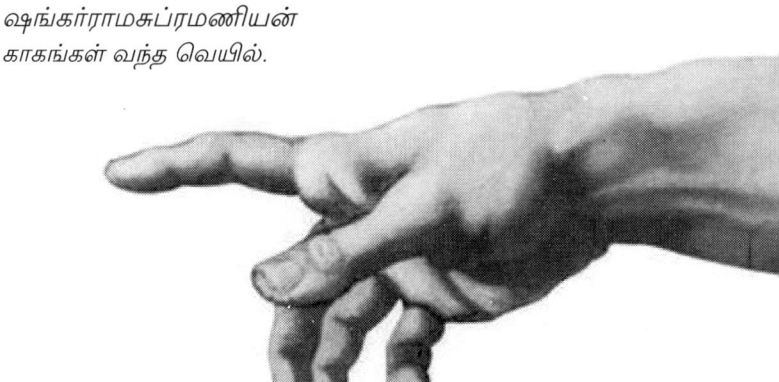

வெளியிட்ட இதழ்கள்

கோடுகள் - முரளி
நடு - கோமகன்
தமிழ்வெளி - சமயவேல்
தனிமைவெளி - பாலை நிலவன்
அரூ - சுஜா செல்லப்பன்
வனம் - சாதிர்
கல்குதிரை - கோணங்கி
உயிர்மை - விஜயகுமார்
தினவு - ஆகாசமுத்து
சிறுபத்திரிகை - ராஜேஷ்

நன்றி.

அம்மா
அப்பா
தங்கச்சிக்கு;
நண்பர்களுக்கு ...

குக்கூ காட்டுப்பள்ளி

ஒரு பட்டாம்பூச்சியாக, சிட்டுக்குருவியாக, மெல்ல ஊர்ந்துபோகும் குட்டி நத்தையாக, தத்தித்தாவி நடக்கப்பழகும் மான்குட்டி போல, கடலையே குடிக்க நினைக்கும் சின்னஞ்சிறு மீன்குஞ்சு போல... இயற்கையோடு கலந்த ஒரு கல்வி, மனிதர்களான நமக்கும் கிடைத்தால் எப்படி இருக்கும்? ஒருவேளை, அப்படியொரு பள்ளிக்கூடம் எல்லா கிராமங்களிலும் இருந்தால்?! இயற்கை, கடவுள், மனம், கனவு, விளையாட்டு, நிம்மதி, புரட்சி, மகிழ்ச்சி, அன்பு... என எல்லாமும் அதில் அமைந்துவிடும்.

தேர்வுகள் இல்லாமல், பிரம்படி இல்லாமல், போட்டி மனப்பான்மை ஏதுமில்லாமல் ஆசிரியரும் மாணவரும் ஒன்றுசேர்ந்து இயற்கையிடம் கற்றுக் கொள்ளும் ஒரு பள்ளிக்கூடம், அடர்ந்த காட்டுக்கு உள்ளே இருந்தால், நம் மனது எவ்வளவு மகிழ்ச்சி அடையும்! இந்தக் கனவை நினைவாக்கும் முயற்சியில், ஜவ்வாதுமலை அடிவாரம் புளியானூர் கிராமத்தில் கட்டப்படுகிற ஒரு தர்மப்பள்ளிக்கூடம் தான் 'குக்கூ காட்டுப்பள்ளி'. காளான் பூப்பது மாதிரி கல்வி பூக்கும் குழந்தைகள் வெளி.

பேச:+918270222007
cuckoochildren@gmail.com

தன்னறம் நூல்வெளி

தன் உள்ளார்ந்த இயல்பால் ஒரு மனம் தெரிவு செய்யும் செயலே தன்னறம். உயிரொன்றின் சுயவிடுதலையைச் சுடர்படுத்தும் எச்சிறு படைப்பாயினும் அதை அச்சில் கொண்டுவந்து பொது வெளிப்படுத்தலே தன்னறம் நூல் வெளியின் அடிப்படை நோக்கமாக உருவகித்துக் கொள்கிறோம்.

காலந்தோய்ந்த அறமரபு துவங்கி, காந்தி ஏந்திய அறவழி வரை... சாட்சி மனிதர்களாகவும், அவர்தம் செயல்வழிப் பாதைகளாகவும்
நீள்கிற இவ்வரலாற்றின், முடியாத மனசாட்சிப் பக்கங்களுக்குள் பொத்தி வைக்கப்படும் ஓர் மயிலிறகாக இதன் செயலமைவு அழகுற பிரார்த்திக்கிறோம்.

9843870059
thannarame@gmail.com
www.thannaram.in